CODE BẢN THỂ

LÀ GÌ VÀ KHÔNG LÀ GÌ

Hồ Quang Bình

LỜI ĐỀ TẶNG

Dành cho những người đã nhận ra rằng

không một lượng tri thức nào

có thể thay thế được khoảnh khắc

họ buộc phải đứng một mình

với chính quyết định của mình.

LỜI MỞ ĐẦU

Cuốn sách này không được viết để thuyết phục.

Nó cũng không được viết để giải thích một hệ tư tưởng mới.

Nếu bạn đang tìm một phương pháp sống tốt hơn,

một triết lý để theo,

hay một con đường được vạch sẵn để cảm thấy an toàn hơn,

bạn có thể dừng lại tại đây.

Code Bản Thể không được sinh ra cho mục đích đó.

Trong đời sống thực, có những thời điểm mà mọi tri thức quen thuộc trở nên vô dụng.

Không phải vì con người thiếu thông tin,

mà vì thông tin không còn đủ để bảo đảm an toàn.

Không phải vì thiếu năng lực suy luận,

mà vì không tồn tại đáp án đúng.

Và không phải vì con người chưa học đủ,

mà vì trách nhiệm đã đến trước câu trả lời.

Chính trong những khoảnh khắc đó,

Code Bản Thể lộ diện.

Không như một học thuyết.

Không như một lời dạy.

Mà như một nền đứng nơi con người buộc phải tự mình quyết định, và tự mình đứng chịu hậu quả của quyết định đó.

Code Bản Thể không bắt đầu từ tư duy.

Nó bắt đầu từ điểm mà tư duy không còn bảo vệ được con người.

Không phải vì tư duy sai,

mà vì đời sống có những biên mà mọi mô hình đều dừng lại.

Ở đó, không còn:

quy trình để bám

hệ giá trị để viện dẫn

cộng đồng để nấp vào

Chỉ còn lại một con người đơn lẻ, đối diện với lựa chọn mà không ai có thể gánh thay.

Cuốn sách này được viết để định nghĩa rõ ràng Code Bản Thể là gì và không là gì.

Không phải để mở rộng ảnh hưởng.

Mà để chống nhiễu ngay từ đầu.

Bởi mọi hệ tri thức khi lan rộng đều có chung một số phận:

bị tách khỏi nền sống đã sinh ra nó,

bị giản lược thành kỹ thuật,

và cuối cùng bị sử dụng như một công cụ bản sắc.

Code Bản Thể không miễn nhiễm với nguy cơ đó.

Vì vậy, quyển sách này tồn tại như một hàng rào nhận thức không để bảo vệ một hệ thống, mà để bảo vệ trục con người.

Code Bản Thể:

Không phải chữa lành

Không phải tâm linh trình diễn

Không phải triết lý sống tích cực

Không phải công cụ tối ưu hóa bản thân

Nó không hứa hẹn giúp bạn cảm thấy tốt hơn.

Nó không giúp bạn thành công nhanh hơn.

Và nó không trao cho bạn một bản sắc mới để tự nhận mình "đã hiểu".

Nếu có điều gì Code Bản Thể làm được,

thì đó là không cho phép con người trốn tránh trách nhiệm khi đời sống chạm biên.

Cuốn sách này cũng không đứng đối lập với khoa học, công nghệ, hay trí tuệ nhân tạo.

Nhưng nó xác lập một ranh giới rõ ràng:

Có những vùng trong đời sống con người không thể được mô phỏng,

không thể được tự động hóa,

và không thể được thay thế bằng bất kỳ hệ thống nào dù thông minh đến đâu.

Không phải vì con người đặc biệt hơn,

mà vì trách nhiệm không thể được ủy quyền.

Bạn không cần tin những gì được viết trong cuốn sách này.

Bạn chỉ cần đọc nó khi đời sống của bạn đã đặt bạn vào vị trí phải tự mình quyết định,

khi không còn chỗ để vay mượn tri thức,

và không còn nơi để dựa vào sự chắc chắn của người khác.

Nếu điều đó chưa xảy ra,

cuốn sách này có thể sẽ không có ý nghĩa gì với bạn.

Và điều đó hoàn toàn ổn.

Code Bản Thể không tìm người đọc.

Nó chỉ xuất hiện khi con người không còn đường lùi.

TRANG BẢN QUYỀN

Code Bản Thể – Là Gì Và Không Là Gì

Xuất bản lần đầu: 2026.

In theo yêu cầu tại quốc gia phân phối.

Printed on demand in the country of distribution.

TUYÊN BỐ MIỄN TRỪ TRÁCH NHIỆM

Cuốn sách này không phải là sách tự lực (self-help).

Nội dung sách không cung cấp tư vấn trị liệu, y khoa, tâm lý, pháp lý hoặc tài chính.

Những nội dung được trình bày trong sách không nhằm chẩn đoán, điều trị, chữa khỏi hay phòng ngừa bất kỳ tình trạng nào, và không thay thế cho việc tham vấn chuyên môn dưới bất kỳ hình thức nào.

Các ý tưởng trong cuốn sách phản ánh một khung tư duy mang tính triết học và trải nghiệm, tập trung vào trách nhiệm cá nhân, ra quyết định trong điều kiện bất định, và trải nghiệm sống của con người.

Người đọc tự chịu trách nhiệm hoàn toàn về cách diễn giải và áp dụng bất kỳ khái niệm nào được thảo luận trong tác phẩm này.

Tác giả không đưa ra bất kỳ cam kết hay bảo đảm nào về kết quả, thành tựu hay sự chuyển hóa cá nhân.

Cuốn sách này không cổ vũ bất kỳ hệ niềm tin, ý thức hệ, học thuyết tôn giáo hay thực hành tâm linh nào.

Cuốn sách không mời gọi sự tuân theo, gia nhập hay đồng thuận.

Mục đích của tác phẩm không phải để thuyết phục, mà để làm rõ các ranh giới.

Mọi sự tương đồng với các triết lý, truyền thống hay khung lý thuyết đương đại khác nếu có đều mang tính ngẫu nhiên và diễn giải.

Tác phẩm này tồn tại như một biểu đạt độc lập của tư duy và truy vấn sống.

PHẦN I

Code Bản Thể Là Gì

Chương 1

Code Bản Thể không phải là một hệ tư tưởng

Code Bản Thể không yêu cầu con người tin vào nó.

Mọi hệ tư tưởng đều cần niềm tin để tồn tại.

Niềm tin tạo ra sự gắn kết.

Sự gắn kết tạo ra cộng đồng.

Và cộng đồng, theo thời gian, tạo ra bản sắc.

Code Bản Thể không đi theo con đường đó.

Nó không cung cấp một tập hợp các mệnh đề để chấp nhận.

Không yêu cầu sự đồng thuận.

Không tìm kiếm người theo.

Nếu một điều gì đó cần được tin để có giá trị,

thì giá trị của nó phụ thuộc vào số lượng người tin.

Code Bản Thể không vận hành như vậy.

Nó tồn tại độc lập với việc có ai đó thừa nhận hay không.

Code Bản Thể cũng không phải là một hệ thống triết học.

Triết học tìm cách lý giải thế giới thông qua khái niệm.

Code Bản Thể tồn tại trước khi khái niệm được hình thành.

Triết học giúp con người hiểu.

Code Bản Thể chỉ lộ ra khi con người không còn khả năng trốn tránh lựa chọn.

Khi không có học thuyết nào bảo đảm an toàn.

Khi không có lập luận nào đủ mạnh để che chắn hậu quả.

Khi không có cộng đồng nào đứng ra gánh thay.

Lúc đó, con người không "tin" hay "không tin" Code Bản Thể.

Họ đứng trong nó, hoặc không.

Code Bản Thể không cạnh tranh với bất kỳ hệ tư tưởng nào.

Vì nó không nằm trên cùng một mặt phẳng.

Hệ tư tưởng trả lời câu hỏi: nên nghĩ gì.

Code Bản Thể chỉ lộ ra khi câu hỏi còn lại duy nhất là: ai sẽ chịu.

Chương 2

Nền vận hành trước ngôn ngữ

Phần lớn tri thức con người được xây dựng dựa trên ngôn ngữ.

Chúng ta học cách gọi tên sự vật.

Học cách mô tả hiện tượng.

Học cách sắp xếp thế giới thành các khung có thể nói được.

Nhưng mọi quyết định sống còn đều xảy ra trước khi ngôn ngữ kịp xuất hiện.

Không phải vì con người chưa nghĩ đủ nhanh,

mà vì đời sống không chờ con người hoàn tất tư duy.

Code Bản Thể nằm ở nền đó.

Nó không phải là một suy nghĩ.

Không phải là một kết luận logic.

Không phải là kết quả của phân tích.

Nó là điểm đứng từ đó một con người hành động khi:

thông tin chưa đủ

tương lai không thể dự đoán

không có phương án an toàn

Ở tầng này, ngôn ngữ đến sau.

Giải thích đến sau.

Hợp lý hóa đến sau.

Vì vậy, Code Bản Thể không thể được truyền đạt đầy đủ qua lời nói.

Mọi nỗ lực diễn đạt chỉ là dấu vết.

Không phải là bản thân nền vận hành.

Giống như việc mô tả trọng lực không tạo ra lực hút.

Hay nói về lửa không làm phát sinh nhiệt.

Code Bản Thể chỉ hiện diện khi con người buộc phải đứng vững mà không có bảo đảm.

Chương 3

Tri thức không dùng để biết

Tri thức thông thường được tích lũy để giảm rủi ro.

Học để dự đoán tốt hơn.

Học để kiểm soát tốt hơn.

Học để tránh sai lầm.

Nhưng có những tình huống mà mọi tri thức tích lũy đều không còn tác dụng bảo vệ.

Không phải vì tri thức sai,

mà vì tình huống đã vượt khỏi phạm vi mà tri thức được thiết kế để xử lý.

Code Bản Thể không phải là tri thức để biết thêm.

Nó là tri thức để đứng chịu.

Đứng chịu việc:

không biết mình đúng hay sai

không có ai xác nhận lựa chọn đó

không thể chuyển trách nhiệm sang hoàn cảnh, hệ thống, hay người khác

Ở đây, tri thức không giúp con người cảm thấy an tâm hơn.

Ngược lại, nó làm rõ một sự thật:

không có chỗ dựa nào ngoài chính nền đứng của mình.

Vì vậy, Code Bản Thể không thể được sử dụng như một công cụ.

Công cụ được thiết kế để đạt kết quả.

Code Bản Thể chỉ tồn tại khi kết quả không thể được bảo đảm.

Nếu một “tri thức” hứa hẹn kết quả,

thì nó không nằm trong phạm vi của Code Bản Thể.

Chương 4

Trách nhiệm là dấu hiệu nhận diện

Code Bản Thể không có biểu hiện bề ngoài rõ ràng.

Không có ngôn ngữ riêng.

Không có nghi thức.

Không có phương pháp thực hành.

Dấu hiệu duy nhất để nhận diện nó là cách một con người đứng với trách nhiệm.

Khi quyết định đúng, ai cũng có thể nói mình hiểu.

Khi kết quả thuận lợi, mọi hệ thống đều có vẻ hợp lý.

Nhưng khi hậu quả xuất hiện,

khi quyết định không thể rút lại,

và khi không còn ai để đổ lỗi

thì nền thật sự của con người mới lộ ra.

Code Bản Thể không giúp con người tránh trách nhiệm.

Nó không làm trách nhiệm nhẹ hơn.

Nó chỉ không cho phép con người trốn.

Và chính vì vậy, nó không hấp dẫn.

Không tạo cảm giác mạnh.

Không mang lại cảm giác đặc biệt.

Không trao cho con người một vị trí cao hơn người khác.

Nó chỉ yêu cầu một điều duy nhất:

đứng ở đúng chỗ của mình trong đời sống thật.

PHẦN II

Những Gì Code Bản Thể Không Phải

Chương 5

Code Bản Thể không phải là chữa lành

Code Bản Thể không được sinh ra để làm con người cảm thấy dễ chịu hơn.

Chữa lành, theo nghĩa phổ biến, hướng đến việc giảm đau, xoa dịu, và khôi phục cảm giác an toàn.

Điều đó có giá trị trong nhiều bối cảnh.

Nhưng Code Bản Thể không nằm ở tầng đó.

Không phải vì chữa lành là sai,

mà vì có những thời điểm trong đời sống mà việc làm dịu không còn là lựa chọn trung thực.

Code Bản Thể xuất hiện khi:

vấn đề không thể được xử lý cảm xúc

nỗi đau không thể được xoa dịu bằng lời giải thích

và sự thật không thể bị làm mềm đi mà không đánh mất trục

Ở đây, việc cố gắng cảm thấy tốt hơn có thể trở thành một hình thức né tránh.

Không phải né tránh cảm xúc,

mà né tránh trách nhiệm phải đối diện với điều không thể thay đổi.

Code Bản Thể không phủ nhận nỗi đau.

Nó cũng không tìm cách vượt qua nỗi đau.

Nó chỉ không cho phép con người đánh tráo tỉnh thức bằng sự dễ chịu.

Có những khoảnh khắc mà sự rõ ràng đi kèm với đau đớn.

Và nếu sự rõ ràng đó bị làm dịu đi quá sớm,

thì cái giá phải trả là mất trục.

Chương 6

Không phải tâm linh trình diễn

Code Bản Thể không quan tâm đến trải nghiệm đặc biệt.

Mọi truyền thống tâm linh đều có ngôn ngữ để mô tả trạng thái:

an lạc, rỗng rang, hợp nhất, tĩnh lặng.

Nhưng Code Bản Thể không được định nghĩa bằng trạng thái.

Trạng thái luôn đến rồi đi.

Ngay cả những trạng thái sâu nhất cũng có chu kỳ.

Nếu một hệ thống dựa vào việc duy trì trạng thái,

thì nó phụ thuộc vào điều kiện.

Code Bản Thể thì không.

Nó không yêu cầu:

thiền sâu hơn

cảm nhận mạnh hơn

hay đạt tới một tầng trải nghiệm nào đó

Nó chỉ yêu cầu con người đứng vững khi không có trạng thái nào bảo vệ.

Vì vậy, Code Bản Thể không tạo ra câu chuyện để kể.

Không có trải nghiệm để chia sẻ.

Không có dấu mốc để ghi nhận.

Không có đã đạt tới.

Nếu một điều gì đó cần được trình diễn để chứng minh giá trị,

thì giá trị của nó nằm ở người xem.

Code Bản Thể không cần người xem.

Chương 7

Không phải triết lý sống tích cực

Code Bản Thể không cung cấp hy vọng.

Hy vọng có vai trò quan trọng trong việc duy trì động lực.

Nhưng động lực không cứu được con người khi trục đã lệch.

Trong nhiều hoàn cảnh,

việc giữ tinh thần tích cực giúp con người tiếp tục tiến lên.

Nhưng có những tình huống mà tiến lên không còn là câu hỏi đúng.

Câu hỏi đúng lúc đó là:

đứng ở đâu.

Code Bản Thể không khuyến khích lạc quan.

Nó cũng không cổ vũ bi quan.

Nó yêu cầu tính chính xác.

Chính xác với:

tình hình thực tế

giới hạn của bản thân

Và hậu quả có thể xảy ra

Sự tích cực không dựa trên thực tế có thể trở thành một dạng phủ nhận tinh vi.

Chương 8

Không phải công cụ phát triển bản thân

Code Bản Thể không giúp con người trở nên tốt hơn theo nghĩa thông thường.

Phát triển bản thân thường hướng đến:

năng suất cao hơn

hiệu quả tốt hơn

vị thế vững hơn

Những mục tiêu đó không sai.

Nhưng Code Bản Thể không được thiết kế để phục vụ chúng.

Một công cụ chỉ có ý nghĩa khi:

mục tiêu rõ ràng

con đường có thể tối ưu

và kết quả có thể đo lường

Code Bản Thể xuất hiện khi không có gì để tối ưu.

Khi mọi lựa chọn đều có giá phải trả.

Khi không có phương án tốt nhất.

Chỉ có phương án mình sẵn sàng đứng chịu.

Vì vậy, bất kỳ nỗ lực nào nhằm biến Code Bản Thể thành kỹ thuật

đều sẽ làm nó rỗng đi từ gốc.

Chương 9

Không đối nghịch khoa học nhưng không nằm trong khoa học

Code Bản Thể không phủ nhận khoa học.

Nó cũng không cạnh tranh với khoa học.

Hai lĩnh vực này không xung đột,

vì chúng không trả lời cùng một loại câu hỏi.

Khoa học tìm cách mô tả thế giới thông qua quan sát, đo lường, và mô hình hóa.

Code Bản Thể chỉ xuất hiện khi câu hỏi không còn là:

điều gì đúng?

mà là:

ai sẽ chịu trách nhiệm khi không có đáp án đúng?

Khoa học dừng lại ở ranh giới của mô tả.

Công nghệ dừng lại ở ranh giới của khả năng thực thi.

Code Bản Thể bắt đầu sau những ranh giới đó.

Không phải vì khoa học thiếu sót,

mà vì trách nhiệm không phải là đối tượng nghiên cứu.

PHẦN III

Bảo vệ trục – chống nhiễu – giữ giới hạn

Chương 10

Vì sao mọi hệ tri thức đều bị làm nhiễu khi lan rộng

Không có hệ tri thức nào lan rộng mà không bị biến dạng.

Đây không phải là lỗi của người tiếp nhận.

Cũng không phải là vấn đề đạo đức.

Đó là cơ chế tự nhiên của lan truyền.

Khi một tri thức còn gắn chặt với đời sống của người tạo ra nó,

nó vận hành như một nền sống.

Nhưng khi tri thức bắt đầu được truyền đi,

nó buộc phải được:

diễn đạt bằng ngôn ngữ

đóng khung thành khái niệm

và tách khỏi hoàn cảnh sống cụ thể

Từ thời điểm đó, tri thức bắt đầu rời khỏi nền đã sinh ra nó.

Quá trình làm nhiễu thường diễn ra theo ba bước:

Bước một: Tri thức trở thành nội dung

Nó được trích dẫn, chia sẻ, và tóm lược.

Ý nghĩa vẫn còn, nhưng nền đã mỏng đi.

Bước hai: Tri thức trở thành kỹ thuật

Con người bắt đầu hỏi: áp dụng thế nào?

Lúc này, tri thức được sử dụng để đạt kết quả.

Bước ba: Tri thức trở thành bản sắc

Người ta bắt đầu dùng tri thức để định nghĩa mình là ai.

Không còn sống với nó mà đứng sau nó.

Code Bản Thể không tránh khỏi nguy cơ này.

Và chính vì vậy, việc định nghĩa rõ ràng những gì nó không phải

quan trọng không kém việc nói nó là gì.

Chương 11

Ba dấu hiệu Code Bản Thể đang bị hiểu sai

Khi Code Bản Thể bị tách khỏi nền sống,

sự lệch không đến ồn ào.

Nó đến rất tinh vi.

Dấu hiệu thứ nhất: Lời nói đi trước đời sống

Khi con người nói về Code Bản Thể nhiều hơn việc họ đứng trong quyết định của chính mình,

thì trục đã bắt đầu lệch.

Không phải vì nói là sai,

mà vì Code Bản Thể không tồn tại để được mô tả.

Dấu hiệu thứ hai: Giảng dạy đi trước trách nhiệm

Khi ai đó có thể nói về Code Bản Thể

mà không cần đứng chịu hậu quả của quyết định tương ứng,

thì Code Bản Thể đã bị biến thành lý thuyết.

Ở đó, ngôn ngữ trở nên an toàn.

Và sự an toàn đó là dấu hiệu cảnh báo.

Dấu hiệu thứ ba: Dùng Code Bản Thể để chứng minh mình đúng

Khi một tri thức được dùng để:

biện minh cho lựa chọn

phủ nhận người khác

hoặc củng cố vị thế cá nhân

thì tri thức đó đã rời khỏi nền của nó.

Code Bản Thể không dùng để chứng minh.

Nó chỉ dùng để đứng chịu.

Chương 12

Nguyên tắc bất biến

Code Bản Thể không cần được bảo vệ theo nghĩa thông thường.

Không cần người truyền bá.

Không cần người đại diện.

Không cần người canh giữ.

Nó chỉ cần không bị dùng sai.

Ba nguyên tắc bất biến này là đủ:

Thứ nhất: Code Bản Thể không cần được tin

Niềm tin luôn tạo ra phe phái.

Code Bản Thể không đứng về phía nào.

Thứ hai: Code Bản Thể không cần được mở rộng

Mở rộng luôn đi kèm đơn giản hóa.

Đơn giản hóa làm mất nền.

Thứ ba: Code Bản Thể không cần được chứng minh

Bất kỳ nỗ lực chứng minh nào

đều kéo nó vào lãnh địa của tranh luận.

Code Bản Thể không tranh luận.

Nó chỉ tồn tại hoặc không,

tùy vào việc con người có đứng trong đời sống thật hay không.

Chương 13

Giới hạn cuối cùng

Có ba giới hạn mà Code Bản Thể không vượt qua và không cần vượt qua.

Giới hạn của tổ chức

Không tổ chức nào có thể sở hữu Code Bản Thể.

Tổ chức cần cấu trúc.

Cần vai trò.

Cần quy trình.

Code Bản Thể chỉ xuất hiện khi cấu trúc không còn bảo đảm.

Giới hạn của cộng đồng

Không cộng đồng nào có thể đại diện cho Code Bản Thể.

Cộng đồng tạo ra sự chia sẻ.

Nhưng cũng tạo ra sự đồng thuận.

Code Bản Thể không cần đồng thuận.

Nó chỉ cần tính trung thực của cá nhân.

Giới hạn của hệ thống thông minh

Không hệ thống nào dù tinh vi đến đâu có thể chạm tới Code Bản Thể.

Vì Code Bản Thể không phải là năng lực xử lý.

Không phải là nhận thức mô phỏng.

Mà là khả năng đứng chịu trách nhiệm khi không có đáp án.

Trách nhiệm không thể được ủy quyền.

Và vì vậy, không thể được tự động hóa.

Ghi chú kết- Một ranh giơi tĩnh.

Code Bản Thể không tìm cách tồn tại lâu dài.

Nó cũng không cần được ghi nhớ.

Chừng nào còn có những con người

phải tự mình đứng trước quyết định

khi không còn chỗ dựa an toàn,

chừng đó Code Bản Thể vẫn hiện diện.

Không như một hệ thống.

Không như một con đường.

Mà như một ranh giới tĩnh,

nơi con người không thể đi tiếp bằng vay mượn tri thức,

mà chỉ có thể đi tiếp bằng chính nền đứng của mình.

LỜI KẾT XUẤT BẢN

Một ranh giới sau cùng

Tập sách này được viết với sự tiết chế.

Không nhằm mở rộng một ý tưởng,

mà để ngăn nó bị hiểu sai.

Trong một thời đại mà các khung tri thức nhanh chóng bị chuyển hóa thành kỹ thuật, bản sắc hay công cụ ảnh hưởng, cuốn sách này tồn tại để xác lập ranh giới rõ ràng giữa trách nhiệm sống của con người và các hệ tri thức có thể chuyển giao.

Cuốn sách không đưa ra kết luận để tin theo,

cũng không cung cấp thực hành để áp dụng.

Chức năng duy nhất của nó là đánh dấu một đường ranh:

nơi lời giải thích dừng lại,

và trách nhiệm bắt đầu.

Nếu cuốn sách này để lại cảm giác chưa trọn vẹn,

điều đó là có chủ ý.

Có những dạng hiểu biết không được tạo ra để mang đi tiếp như nội dung, mà để được chạm tới như giới hạn.

Tập sách này khép lại không bằng câu trả lời,

mà bằng một nhắc nhớ tĩnh lặng:

Có những quyết định

không hệ thống nào gánh thay,

không phương pháp nào tối ưu,

và không sự chắc chắn nào bảo vệ.

Nơi những quyết định đó xuất hiện,

trục con người đứng một mình.

Ghi Chú Của Tác Giả

Cuốn sách này là một phần của chuỗi bài Code Bản Thể.

Mỗi tập được viết để có thể đứng độc lập, đồng thời cùng nhau tạo thành một hệ khám phá nhiều tầng về trách nhiệm con người, tri thức nhập thân, và ra quyết định tại ranh giới của sự chắc chắn.

Tập sách này tồn tại chủ yếu như một tác phẩm thiết lập ranh giới nhằm định nghĩa rõ Code Bản Thể là gì, và không là gì.

Lời cảm ơn

Cuốn sách này không được viết từ một hành trình cá nhân riêng lẻ,

mà từ những khoảnh khắc đời sống nơi con người buộc phải tự mình đứng chịu quyết định.

Tác giả xin ghi nhận những điều kiện, hoàn cảnh, và con người

đã vô tình góp phần tạo nên các câu hỏi được đặt ra trong tác phẩm này.

Về Tác Giả

Hồ Quang Bình là tác giả của chuỗi Code Bản Thể, tập trung vào trách nhiệm con người, tri thức nhập thân, và ra quyết định trong điều kiện bất định.

Các tác phẩm của ông không nhằm truyền dạy phương pháp hay hệ tư tưởng,

mà khảo sát những ranh giới nơi con người không thể vay mượn tri thức để né tránh trách nhiệm sống.